This book belongs to:

_____

_____

_____

Recipe Name	Page	Recipe Name	Page

Recipe Name	Page	Recipe Name	Page

Recipe Name :

Serves :   **From :**   **Cook Time :**

Ingredients

Direction

Notes :

Recipe Name :

Serves :   **From :**   **Cook Time :**

Ingredients

Direction

Notes :

Recipe Name :

Serves :   **From :**   **Cook Time :**

Ingredients   ## Direction

Notes :

Recipe Name :

Serves :   **From :**   **Cook Time :**

Ingredients   ## Direction

Notes :

Recipe Name :

Serves :   **From :**   **Cook Time :**

Ingredients   ## Direction

Notes :

Recipe Name :

Serves :   **From :**   **Cook Time :**

Ingredients

Direction

Notes :

Recipe Name :

Serves :   **From :**   **Cook Time :**

Ingredients   Direction

Notes :

Recipe Name :

Serves :   **From :**   **Cook Time :**

Ingredients

Direction

Notes :

Recipe Name :

Serves :   **From :**   **Cook Time :**

Ingredients   Direction

Notes :

Recipe Name :

Serves :   **From :**   **Cook Time :**

Ingredients   # Direction

Notes :

Recipe Name :

Serves :   **From :**   **Cook Time :**

Ingredients

Direction

Notes :

Recipe Name :

Serves :   **From :**   **Cook Time :**

Ingredients

Direction

Notes :

Recipe Name :

Serves :   **From :**   **Cook Time :**

Ingredients

Direction

Notes :

Recipe Name :

Serves :   **From :**   **Cook Time :**

Ingredients   ## Direction

Notes :

Recipe Name :

Serves :   **From :**   **Cook Time :**

Ingredients   # Direction

Notes :

Recipe Name :

Serves :   **From :**   **Cook Time :**

Ingredients   # Direction

Notes :

Recipe Name :

Serves :   **From :**   **Cook Time :**

Ingredients

Direction

Notes :

Recipe Name :

Serves :   **From :**   **Cook Time :**

Ingredients   # Direction

Notes :

Recipe Name :

Serves :   **From :**   **Cook Time :**

Ingredients

Direction

Notes :

Recipe Name :

Serves :   **From :**   **Cook Time :**

Ingredients   ## Direction

Notes :

Recipe Name :

Serves :   **From :**   **Cook Time :**

Ingredients

Direction

Notes :

Recipe Name :

Serves :   **From :**   **Cook Time :**

Ingredients

Direction

Notes :

Recipe Name :

Serves :   **From :**   **Cook Time :**

Ingredients   ## Direction

Notes :

Recipe Name :

Serves :   **From :**   **Cook Time :**

Ingredients   # Direction

Notes :

Recipe Name :

Serves :   **From :**   **Cook Time :**

Ingredients

Direction

Notes :

Recipe Name :

Serves :　　　　　　　**From :**　　　　　**Cook Time :**

Ingredients

Direction

Notes :

Recipe Name :

Serves :   **From :**   **Cook Time :**

Ingredients

Direction

Notes :

Recipe Name :

Serves :   **From :**   **Cook Time :**

Ingredients

Direction

Notes :

Recipe Name :

Serves :   **From :**   **Cook Time :**

Ingredients

Direction

Notes :

Recipe Name :

Serves :   **From :**   **Cook Time :**

Ingredients

Direction

Notes :

Recipe Name :

Serves :   **From :**   **Cook Time :**

Ingredients

Direction

Notes :

Recipe Name :

Serves :   **From :**   **Cook Time :**

Ingredients   ## Direction

Notes :

Recipe Name :

Serves :   **From :**   **Cook Time :**

Ingredients

Direction

Notes :

Recipe Name :

Serves :   **From :**   **Cook Time :**

Ingredients   # Direction

Notes :

Recipe Name :

Serves :   **From :**   **Cook Time :**

Ingredients   ## Direction

Notes :

Recipe Name :

Serves :   **From :**   **Cook Time :**

Ingredients

Direction

Notes :

Recipe Name :

Serves :   **From :**   **Cook Time :**

Ingredients   Direction

Notes :

Recipe Name :

Serves :   **From :**   **Cook Time :**

Ingredients   ## Direction

Notes :

Recipe Name :

Serves :   **From :**   **Cook Time :**

Ingredients   Direction

Notes :

Recipe Name :

Serves :   **From :**   **Cook Time :**

Ingredients   # Direction

Notes :

Recipe Name :

Serves :   **From :**   **Cook Time :**

Ingredients

Direction

Notes :

Recipe Name :

Serves :   **From :**   **Cook Time :**

Ingredients   ## Direction

Notes :

Recipe Name :

Serves :   **From :**   **Cook Time :**

Ingredients

Direction

Notes :

Recipe Name :

Serves :   **From :**   **Cook Time :**

Ingredients

Direction

Notes :

Recipe Name :

Serves :   **From :**   **Cook Time :**

Ingredients   ## Direction

Notes :

Recipe Name :

Serves :   **From :**   **Cook Time :**

Ingredients   # Direction

Notes :

Recipe Name :

Serves :   **From :**   **Cook Time :**

Ingredients

Direction

Notes :

Recipe Name :

Serves :   **From :**   **Cook Time :**

Ingredients

Direction

Notes :

Recipe Name :

Serves :   **From :**   **Cook Time :**

Ingredients   ## Direction

Notes :

Recipe Name :

Serves :   **From :**   **Cook Time :**

Ingredients   ## Direction

Notes :

Recipe Name :

Serves :   **From :**   **Cook Time :**

Ingredients   Direction

Notes :

Recipe Name :

Serves :   **From :**   **Cook Time :**

Ingredients   # Direction

Notes :

Recipe Name :

Serves :   **From :**   **Cook Time :**

Ingredients

Direction

Notes :

Recipe Name :

Serves :   **From :**   **Cook Time :**

Ingredients   ## Direction

Notes :

Recipe Name :

Serves : **From :** **Cook Time :**

Ingredients # Direction

Notes :

Recipe Name :

Serves :   **From :**   **Cook Time :**

Ingredients   Direction

Notes :

Recipe Name :

Serves :   **From :**   **Cook Time :**

Ingredients

Direction

Notes :

Recipe Name :

Serves :   **From :**   **Cook Time :**

Ingredients   # Direction

Notes :

Recipe Name :

Serves :   **From :**   **Cook Time :**

Ingredients   ## Direction

Notes :

Recipe Name :

Serves :   **From :**   **Cook Time :**

Ingredients   Direction

Notes :

Recipe Name :

Serves :　　　　　**From :**　　　　　**Cook Time :**

Ingredients　　　　　　## Direction

Notes :

Recipe Name :

Serves :   **From :**   **Cook Time :**

Ingredients

Direction

Notes :

Recipe Name :

Serves :   **From :**   **Cook Time :**

Ingredients   Direction

Notes :

Recipe Name :

Serves :   **From :**   **Cook Time :**

Ingredients   ## Direction

Notes :

Recipe Name :

Serves :　　　　　**From :**　　　　　**Cook Time :**

Ingredients

Direction

Notes :

Recipe Name :

Serves :   **From :**   **Cook Time :**

Ingredients

Direction

Notes :

Recipe Name :

Serves :   **From :**   **Cook Time :**

Ingredients   ## Direction

Notes :

Recipe Name :

Serves :   **From :**   **Cook Time :**

Ingredients   # Direction

Notes :

Recipe Name :

Serves :   **From :**   **Cook Time :**

Ingredients

Direction

Notes :

Recipe Name :

Serves :   **From :**   **Cook Time :**

Ingredients   # Direction

Notes :

Recipe Name :

Serves :   **From :**   **Cook Time :**

Ingredients   Direction

Notes :

Recipe Name :

Serves :   **From :**   **Cook Time :**

Ingredients   ## Direction

Notes :

Recipe Name :

Serves :   **From :**   **Cook Time :**

Ingredients

Direction

Notes :

Recipe Name :

Serves :   **From :**   **Cook Time :**

Ingredients   # Direction

Notes :

Recipe Name :

Serves :   **From :**   **Cook Time :**

Ingredients   ## Direction

Notes :

Recipe Name :

Serves :　　　　　　**From :**　　　　　**Cook Time :**

Ingredients

Direction

Notes :

Recipe Name :

Serves :   **From :**   **Cook Time :**

Ingredients

Direction

Notes :

Recipe Name :

Serves :　　　　　　　**From :**　　　　　　　**Cook Time :**

Ingredients

Direction

Notes :

Recipe Name :

Serves :   **From :**   **Cook Time :**

Ingredients

Direction

Notes :

Recipe Name :

Serves :   **From :**   **Cook Time :**

Ingredients

Direction

Notes :

Recipe Name :

Serves :   **From :**   **Cook Time :**

Ingredients   ## Direction

Notes :

Recipe Name :

Serves :   **From :**   **Cook Time :**

Ingredients

Direction

Notes :

Recipe Name :

Serves :　　　　　**From :**　　　　　**Cook Time :**

Ingredients　　　　　　　## Direction

Notes :

Recipe Name :

Serves :   **From :**   **Cook Time :**

Ingredients   Direction

Notes :

Recipe Name :

Serves :   **From :**   **Cook Time :**

Ingredients

Direction

Notes :

Recipe Name :

Serves :   **From :**   **Cook Time :**

Ingredients   ## Direction

Notes :

Recipe Name :

Serves :   **From :**   **Cook Time :**

Ingredients

Direction

Notes :

Recipe Name :

Serves :　　　　　**From :**　　　　　**Cook Time :**

Ingredients　　　　　## Direction

Notes :

Recipe Name :

Serves :   **From :**   **Cook Time :**

Ingredients   ## Direction

Notes :

Recipe Name :

Serves :   **From :**   **Cook Time :**

Ingredients   # Direction

Notes :

Recipe Name :

Serves :   **From :**   **Cook Time :**

Ingredients   ## Direction

Notes :

Recipe Name :

Serves :   **From :**   **Cook Time :**

Ingredients

Direction

Notes :

Recipe Name : _____

Serves : _____ **From :** _____ **Cook Time :** _____

Ingredients

_____
_____
_____
_____
_____
_____
_____
_____
_____
_____
_____
_____
_____
_____
_____
_____

Direction

_____
_____
_____
_____
_____
_____
_____
_____
_____
_____
_____
_____
_____
_____
_____
_____

Notes :

_____
_____
_____
_____
_____
_____
_____

Recipe Name :

Serves :   **From :**   **Cook Time :**

Ingredients   ## Direction

Notes :

Recipe Name :

Serves :   **From :**   **Cook Time :**

Ingredients   ## Direction

Notes :

Recipe Name :

Serves :   **From :**   **Cook Time :**

Ingredients   ## Direction

Notes :

Recipe Name :

Serves :   **From :**   **Cook Time :**

Ingredients   ## Direction

Notes :

Recipe Name :

Serves :   **From :**   **Cook Time :**

Ingredients

Direction

Notes :

Recipe Name :

Serves :   **From :**   **Cook Time :**

Ingredients

Direction

Notes :

Recipe Name :

Serves :   **From :**   **Cook Time :**

Ingredients   ## Direction

Notes :

Recipe Name :

Serves :   **From :**   **Cook Time :**

Ingredients   Direction

Notes :

Recipe Name :

Serves :   **From :**   **Cook Time :**

Ingredients   # Direction

Notes :

Printed in Poland
by Amazon Fulfillment
Poland Sp. z o.o., Wrocław